## Ìkíní: Adé lọ rí àwọn òbí rẹ̀
### Greetings: Adé visits his parents

Adébáyọ̀ Adégbémbọ

Copyright © 2017 by Adebayo Ibidapo Adegbembo.

All rights reserved. No part of this book may be reproduced, distributed, or transmitted in any form or by any means, including photocopying, recording, or other electronic or mechanical methods, without the prior written permission of the author. For permission requests and more information, write to the author at,

bayo@geniigames.com

www.geniigames.com

Ire o!

5 years ago, the birth of my niece, Temiloluwa Adegbembo marked the beginning of my journey with Genii Games (creating games, books and cartoons around native African cultures). My mission was to stimulate Temiloluwa's interest in her native Yorùbá language (and other African cultures) through her formative years.

Today, the first edition of the Yorùbá101 bilingual book series marks another milestone in my journey. Yorùbá101 Ìkíní tells the story of Ade as he visits his parents on a typical Saturday. Ade's day-long journey brings him into contact with different people and helps you learn various Yorùbá greetings in the process.

I would recommend its use as a complementary guide to the Yorùbá101 Ìkíní app, which includes pronunciations, games and songs. The Yorùbá101 Ìkíní app is available on Google Play & Apple store.

I hope you enjoy its simplicity, learn and showcase your growing Yorùbá skills.

Thank you to:
Akande Adeyemi, Hafeez Oseni, Aderoju Adefarakan, Segun Samson, Adedoyin Betiku, Phillips Edidiong, Adeyemi Adefarakan, Olutayo Irantiola, Guilène Assamoi, João Pires, Kunbi Adefule, Samuel Suraphel, Olatoro Bamgbose, Co-Creation Hub Nigeria and much more for your contributions over the course of my unfolding journey.


Ẹ ṣe

Adebayo Adegbembo

Dedicated to Temiloluwa & Ifeoluwa Adegbembo for your motivation. I pray this book and other Genii Games resources serve as inspiration for your self-confidence, pride in Africa's cultures and your big dreams as you grow.

Láàárọ̀.

In the morning.

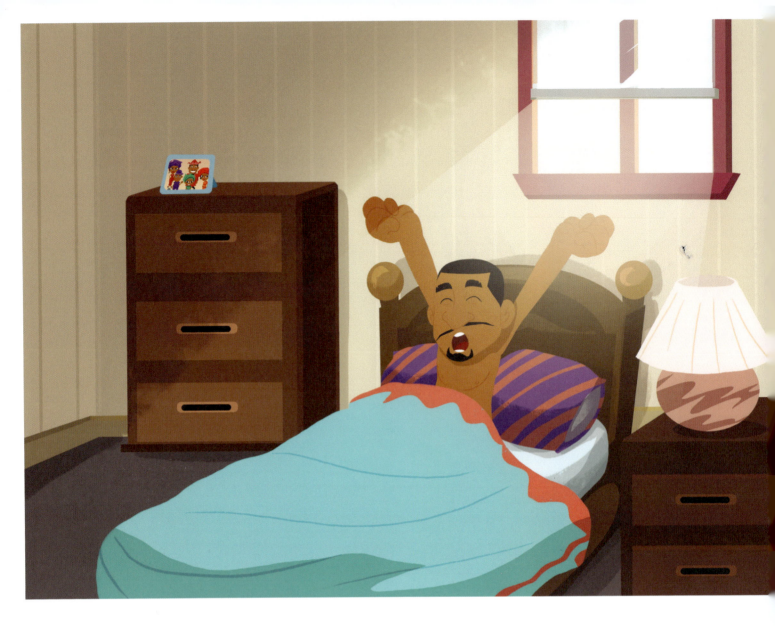

Adé ṣẹ̀ṣẹ̀ jí.

Adé has just woken up.

Òní ni ọjọ́ Àbámẹ́ta, Adé fẹ́ lọ rí àwọn òbí rẹ̀.

Today is Saturday. Adé wants to visit his parents.

Adé rin lọ sí inu balùwẹ̀.

Adé walks into the bathroom.

Adé fọ ẹnu rẹ̀.

Adé washes his mouth.

Ó wẹ̀.

He takes his bath.

Ó wọ ṣòkòtò rẹ̀.

He wears his trousers.

Adé wọ bùbá rẹ̀.

Adé wears his shirt.

Adé dé fìlà rẹ̀.

Adé puts on his cap.

Ó wọ bàtà rẹ.

He puts on his shoes.

Adé kuro ni ilé rẹ̀. Ó fẹ́ lọ rí àwọn òbí rẹ̀.

Adé leaves his house. He wants to visit his parents.

Adé rí Kúnlé. Adé àti Kúnlé jẹ́ ọ̀rẹ́. Adé kí Kúnlé.

**Adé:** "Ẹ káàárọ̀ o. Ṣé dáadáa lẹ jí?"

**Kúnlé:** "Ẹ káàárọ̀ o. Dáadáa ni."

---

Adé sees Kúnlé. Adé and Kúnlé are friends. Adé greets Kúnlé.

**Adé:** "Good morning. Hope you woke up well?"

**Kúnlé:** "Good morning. Very well."

Adé rí Yínká. Yínká ń lọ ìrìnàjò. Adé kí Yínká.

**Adé:** "Ẹ káàárọ̀ o. Láyọ̀ lẹ ó délé o. Ó dàbọ̀ o."

**Yínká:** "Àṣẹ o. Ó dàbọ̀."

---

Adé sees Yínká. Yínká is travelling. Adé greets Yínká.

**Adé:** "Good morning. Have a safe trip. Goodbye."

**Yínká:** "Amen. Goodbye."

Adé rí Ṣadé. Ṣadé ń ta àtẹ lója . Adé kí Ṣadé.

**Adé:** "Ẹ káàárọ̀ o. Ẹ kúu tita o."

**Ṣadé:** "Ò o"

---

Adé sees Ṣadé. Ṣadé is selling goods at the market. Adé greets Ṣadé.

**Adé:** "Good morning. Well done on sales."

**Ṣadé:** "Yes (Thank you)."

Ní ìyálẹ̀ta. Adé rí Akin. Adé àti Akin jẹ́ ọ̀rẹ́. Adé kí Akin.

**Adé:** "Ẹ kúu ìyálẹ̀ta o."

**Akin:** "Ò o."

---

In the mid-morning. Adé sees Akin. Adé and Akin are friends. Adé greets Akin.

**Adé:** "Happy mid-morning."

**Akin:** "Yes (Thank you)."

Adé rí Fúnkẹ́. Fúnkẹ́ jẹ́ onídìrì. Adé kí Fúnkẹ́.

**Adé:** "Ẹ kúu ẹwà o."

**Fúnkẹ́:** "Ò o."

---

Adé sees Fúnkẹ́. Fúnkẹ́ is a hairdresser. Adé greets Fúnkẹ́.

**Adé:** "Well done."

**Fúnkẹ́:** "Yes (Thank you)."

Adé rí Dèjì. Dèjì ń sinmi. Adé kí Dèjì.

**Adé:** "Ẹ kúu ìsinmi o."

**Dèjì:** "Ò o."

---

Adé sees Dèjì. Dèjì is resting. Adé greets Dèjì.

**Adé:** "Happy resting."

**Dèjì:** "Yes (Thank you)."

Adé rí Fúnṣọ́. Fúnṣọ́ ṣẹ̀ṣẹ̀ ra ọkọ̀ tuntun. Adé kí Fúnṣọ́.

**Adé:** "Ẹ kúu ìnáwó ọkọ̀ tuntun yìí o. Ẹmí yín á ló o."

**Fúnṣọ́:** "Àṣẹ o."

---

Adé sees Fúnṣọ́. Fúnṣọ́ has just bought a new car. Adé greets Fúnṣọ́.

**Adé:** "Congratulations on the purchase of this new car. You shall enjoy it for a long time."

**Fúnṣọ́:** "Amen."

Ní ọ̀sán. Adé rí Bùkọ́lá. Adé àti Bùkọ́lá jẹ́ ọ̀rẹ́. Adé kí Bùkọ́lá.

**Adé:** "Ẹ káàsán o."

**Bùkọ́lá:** "Ò o. Ẹ káàsán."

---

In the afternoon. Adé sees Bùkọ́lá. Adé and Bùkọ́lá are friends. Adé greets Bùkọ́lá.

**Adé:** "Good afternoon."

**Bùkọ́lá:** "Yes (Thank you). Good afternoon."

Adé rí Àlàó. Òní ni ọjọ́ ìbí Àlàó. Adé kí Àlàó.

**Adé:** "Ẹ kúu ọjọ́ ìbí o. Igba ọdún, ọdún kan."

**Àlàó:** "Àṣẹ o."

---

Adé sees Àlàó. Today is Àlàó's birthday. Adé greets Àlàó.

**Adé:** "Happy birthday. May you live long!"

**Àlàó:** "Amen."

Adé rí àwọn ọ̀rẹ́ rẹ̀. Àwọn ọ́rẹ́ Adé ń jẹun. Ó kí àwọn ọ̀rẹ́ rẹ̀.

**Adé:** "Ẹ kúu jíjẹ o. A gba ibi ire o."

**Àwọn ọ́rẹ́:** "Àṣẹ o."

---

Adé sees his friends. Adé's friends are eating. He greets his friends.

**Adé:** "Well done on eating. May it digest well!"

**Friends:** "Amen."

Adé rí ọ̀pọ̀ ènìyàn. Wọ́n ń ṣe ayẹyẹ ọdún Ọṣun. Adé kí wọn.

**Adé:** "Ẹ kúu ọdún o. Àṣèyí ṣe àmọ́dún o."

**ọ̀pọ̀ ènìyàn:** "Àṣẹ o. Arọ̀ a rọ̀ mọ o."

---

Adé sees many people. They are celebrating the Ọṣun festival. Adé greets them.

**Adé:** "Happy celebration. We shall celebrate again same time next year."

**People:** "Amen. So shall it be."

Adé rí Ọba tuntun. Wọ́n n fi Ọba tuntun jẹ oyè. Adé kí Ọba tuntun.

**Adé:** "Káábíyèsí o! Ẹ kúu ayẹyẹ ìwúyè o. Kádé pẹ́ lórí."

**Ọba:** "Ò o. Àṣẹ o."

---

Adé sees the new king. The new king is being crowned. Adé greets the new king.

**Adé:** "Your majesty! Happy coronation. Long may you reign!"

**King:** "Yes (Thank you). Amen."

Adé rí Ṣọlá àti Kọ́lá. Ṣọlá àti Kọ́lá ṣẹ̀ṣẹ̀ ṣe ìgbéyàwó. Adé kí Ṣọlá àti Kọ́lá.

**Adé:** "Ẹ kúu ayẹyẹ ìgbéyàwó o. Ẹyìn ìyàwó ò ní mẹní o."

**Ṣọlá àti Kọ́lá:** "Ẹ ṣé o. Ire á kárí o."

---

Adé sees Ṣọlá and Kọ́lá. Ṣọlá and Kọ́lá have just gotten married. Adé greets Ṣọlá and Kọ́lá.

**Adé:** "Happy married life. May your union be fruitful."

**Ṣọlá and Kọ́lá:** "Thank you. May we all partake in this blessing."

Ní ìrọ̀lẹ́. Adé rí Olú. Olú jẹ́ ẹ̀gbọ́n Adé. Adé kí Olú.

**Adé:** "Ẹ kúu ìrọ̀lẹ́ o."

**Olú:** "Ò o."

---

In the evening. Adé sees Olú. Olú is Adé's older brother. Adé greets Olú.

**Adé:** "Good evening."

**Olú:** "Yes (Thank you)."

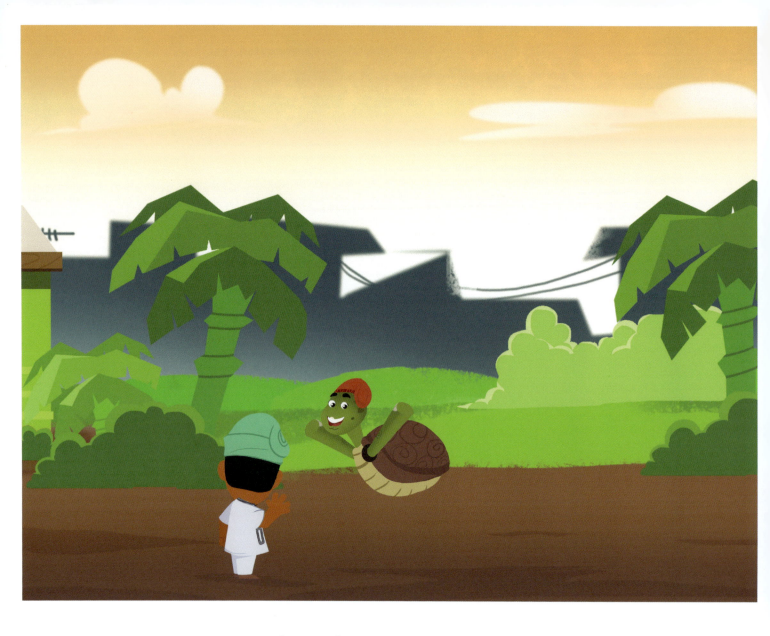

Adé rí Ìjàpá. Ìjàpá ṣẹ̀ṣẹ̀ jí. Adé kí Ìjàpá.

**Adé:** "Ẹ kúu oorun o."

**Ìjàpá:** "Ò o."

---

Adé sees the tortoise. Tortoise has just woken up. Adé greets Tortoise.

**Adé:** "Well done on your sleep."

**Tortoise:** "Yes (Thank you)."

Adé rí Akin. Akin ń ṣẹ ayẹyẹ ìṣílé. Adé kí Akin.

**Adé:** "Ẹ kúu ìṣílé o. Ẹmí yín a gbébẹ̀ pẹ́ o."

**Akin:** "Àṣẹ o."

---

Adé sees Akin. Akin is having a house-warming party. Adé greets Akin.

**Adé:** "Happy house-warming. May you live long in it!"

**Akin:** "Amen."

Adé rí Bímbọ́. Bímbọ́ ṣẹ̀ṣẹ̀ bímọ. Adé kí Bímbọ́.

**Adé:** "Ẹ kúu ewu ọmọ o. Ọmọ iye ni yóó jẹ́ o."

**Bímbọ́:** "Àṣẹ o."

---

Adé sees Bímbọ́. Bímbọ́ recently gave birth. Adé greets Bímbọ́.

**Adé:** "Congratulations on the birth of your baby. May the child live long!"

**Bímbọ́:** "Amen."

Adé dé ibi ayẹyẹ ìgbéyàwó kan. Adé kí àwọn àlejò.

**Adé:** "Ẹ kúu ìdidé o."

**àwọn àlejò:** "Ò o."

---

Adé arrives at a wedding ceremony. Adé greets the guests.

**Adé:** "Thank you for coming."

**Guests:** "Yes (Thank you)."

Adé rí Fẹ́mi. Fẹ́mi wà pẹ̀lú Àlàbá. Àlàbá ṣẹ̀ṣẹ̀ dé láti ilu oyinbo. Adé kí Fẹ́mi.

**Adé:** "Ẹ kúu àmójúbá Àlàbá o."

**Fẹ́mi:** "Ò o."

---

Adé sees Fẹ́mi. Fẹ́mi is with Àlàbá. Àlàbá has just arrived from abroad. Adé greets Fẹ́mi.

**Adé:** "Happy to see Àlàbá's safe return."

**Fẹ́mi:** "Yes (Thank you)."

Adé rí Kẹ́mi. Kẹ́mi jẹ́ ẹ̀gbọn Bọ̀dé. Bọ̀dẹ́ ti rin ìrìnàjò lọ sí ilu oyinbo. Kò sì tí ì dé. Adé kí Kẹ́mi.

**Adé:** "Ẹ kúu lédè Bọ̀dé o."

**Kẹ́mi:** "Ò o."

---

Adé sees Kẹ́mi. Kẹ́mi is Bọ̀dé's older sister. Bọ̀dé has travelled abroad. He is yet to return. Adé greets Kẹ́mi.

**Adé:** "Well done on Bọ̀dé's absence."

**Kẹ́mi:** "Yes."

Adé rí ọgbẹ́ni Tìmì. Bàbá Arugbó ni Tìmì. Ọgbẹ́ni Tìmì jókòó; wọ́n ń sinmi. Adé kí wọn.

**Adé:** "Ẹ kúu ìjókòó o."

**ọgbẹ́ni Tìmì:** "Ò o."

---

Adé sees Mister Tìmì. Tìmì is an old man. Mister Tìmì is sitting down; he is resting. Adé greets him.

**Adé:** "Happy resting."

**Mister Tìmì:** "Yes (Thank you)."

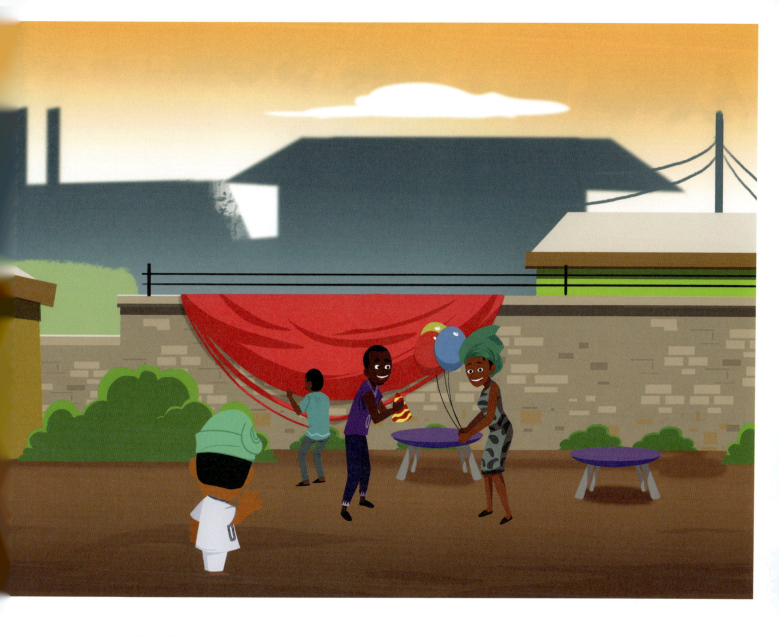

Adé rí àwọn ọrẹ́ rẹ̀. Wọ́n ń múra fún ayẹyẹ kan. Adé kí wọn.

**Adé:** "Ẹ kúu ìmúra o."

**àwọn ọrẹ:** "Ò o."

---

Adé sees his friends. They are preparing for a ceremony. Adé greets them.

**Adé:** "Well done on the preparation."

**Friends:** "Yes (Thank you)."

Adé rí Dòtun. Dòtun ń ṣiṣẹ́. Adé kí Dòtun.

**Adé:** "Ẹ kúu iṣẹ́ o."

**Dòtun:** "Ò o."

---

Adé sees Dòtun. Dòtun is working. Adé greets Dòtun.

**Adé:** "Well done!"

**Dòtun:** "Yes (Thank you)."

Ní alẹ́. Adé rí Káyọ̀dé. Káyọ̀dé ṣẹ̀ṣẹ̀ n délé láti ibi iṣẹ́, látàárọ̀. Adé kí Káyọ̀dé.

**Adé:** "Ẹ káalé o."

**Káyọ̀dé:** "Ò o."

---

In the night. Adé sees Káyọ̀dé. Káyọ̀dé is just getting back from work since morning. Adé greets Káyọ̀dé.

**Adé:** "Good evening."

**Káyọ̀dé:** "Yes (Thank you)."

Adé rí Bánkẹ. Otutú ń mú Bánkẹ. Adé kí Bánkẹ.

**Adé:** "Ẹ kúu òtútù yìí o."

**Bánkẹ:** "Ò o."

---

Adé sees Bánkẹ. Bánkẹ is feeling cold. Adé greets Bánkẹ.

**Adé:** "Well done on this cold weather."

**Bánkẹ:** "Yes (Thank you)."

Adé rí Fọláké. Fọláké ṣẹ̀ṣẹ̀ dé láti ìrìnàjò. Adé kí Fọláké.

**Adé:** "Ẹ kúu ìrìnàjò. Ẹ kúu ewu ọ̀kọ̀. Ṣé dáadáa lẹ dé?"

**Fọláké:** "Ò o. Dáadáa ni. Ẹ ṣeun."

---

Adé sees Fọláké. Fọláké has just arrived from a journey. Adé greets Fọláké.

**Adé:** "Well done on your journey. Well done on a safe trip. Hope you arrived well?"

**Fọláké:** "Yes. Very well. Thank you."

Adé dé ilé áwọn òbí rẹ̀.

Adé arrives at his parent's house.

Adé kí àwọn òbí rẹ̀.

**Adé:** "Ẹ kúu ilé o."

**àwọn òbí:** "káàbọ̀."

---

Adé greets his parents.

**Adé:** "Hello."

**Parents:** "You are welcome."

O ti rẹ Adé. O fẹ́ lọ sùn. Adé kí àwọn òbí rẹ̀.

**Adé:** "Ó dàárọ o. Ọ̀kọ̀ọ̀kan la ó jí o."

**àwọn òbí:** "Àṣẹ o."

---

Adé is tired. He wants to go and sleep. Adé greets his parents.

**Adé:** "Good night. May we wake up well."

**Parents:** "Amen."

Ìparí.

---

The end.

# Colouring page for Adé

www.geniigames.com

Printed in Poland
by Amazon Fulfillment
Poland Sp. z o.o., Wrocław